இந்தப் புவிக்கு உந்தன் பெயரிடுவேன்

இந்தப் புவிக்கு உந்தன் பெயரிடுவேன்

குட்டி ரேவதி

எழுத்து பிரசுரம்

Title: Indha Puvikku Undhan Peyariduven
Author's Name: Kutti Revathi

Published by Ezutthu Prachuram

Ezutthu Prachuram
(An imprint of Zero Degree Publishing)
No. 55(7), R Block, 6th Avenue,
Anna Nagar,
Chennai - 600 040

Website: www.zerodegreepublishing.com
E Mail id: zerodegreepublishing@gmail.com
Phone : 89250 61999

Ezutthu Prachuram First Edition: January 2024
ISBN: 978-93-95511-73-5
TITLE NO EP: 489

Cover Design: P. Manivannan
Layout: Vidhya Velayudham

அகம்

1. காதலில் சொற்கள்

என் சொற்களில் தீப்பொறிகள் அலைந்தன
முன்பெல்லாம்
அங்கும் இங்குமாய் மூர்க்கமாய்
கானகத்தின் மின்மினிப் பூச்சிகளனைய
பின்னொரு காலத்தில்
தழலாட்டம் கொண்டு வீசின சொற்கள்
சீறும் காற்றில் பறந்துபோகத் துடிக்கும்
கொடியில் உலரவிரித்த துணிகள் போல
இப்பொழுது அவை காட்டுத்தீயாகித்
தம் பல கைகளை வீசி அழைக்கின்றன
எங்கிருந்தாலும் இங்கே வா என
தொலைவைக் கருத்தில் கொண்டே
சருகுகளென அள்ளிக்குவித்த இடத்தில் எல்லாம்
மூண்டு கனன்ற நெருப்புடன்
வானளாவ
அவை எழுந்தாடிப் பரவுகின்றன
மூச்சுமுட்டுகிறது கண்ணே
சொற்கள் எல்லாம் எரிந்து தீர்ந்துகொண்டிருக்கையில்
ஒரு மொழியின் தொன்ம உணர்வை
விழுதெனப் பற்றி ஆடிக்கொண்டிருக்கிறேன்
வந்தேன் என எதிரில் வந்து நில்
இருவருமாய் எரிவோம்
வருவேன் என்றேனும் தூரமிருந்து கையசை
ஒற்றையாயேனும் எரிவதில் மகிழ்கிறேன்
சொற்களெனச் சுடர்கிறேனே

2. காதல் மரம்

மனதின் வெளியில்
முத்தம் ஒன்று புதைந்து
தீரா வெளியில் விரிந்து கிளைத்து
வளர்ந்து கொண்டே இருக்கிறது
கிழநடுக்கம் கொள்ளும் நூற்றாண்டுகள்
மேகமாய்க் கடந்து போய்விடவும் கூட
மரமே என்று
பூமியின் நடுவே நின்றுகொண்டேயிருக்கிறது
தன் கரங்களை இன்னும் அகண்டு விரித்தபடி
எந்தப் புயலும் பெயர்த்ததாயில்லை
எந்த வெள்ளமும் கடத்தியதாயில்லை
முத்தத்தின் தீவிரம்
ஒரு சூரியனைத் தினமும் காண விழைந்து
காத்திருந்து காத்திருந்து
கதைவெளிக்குள் சென்று இறங்கியிருக்கிறது
முத்தத்தை வந்து பெற்றுக்கொள்
என்று ஏங்கிக் கேட்காமல்
இரவின் தனிமையில் அனல் மூள
நெடுமரமாய்க் கிளை வெளியாய்
அடர் மௌன மொழியில்
காற்றில் எழுதிக் கொண்டே
காலத்தை அசைத்துக்கொண்டே
ஒவ்வொரு பருவமாய்
முட்டி மோதிப் பார்க்கிறது
மரம் சலித்ததாய் இல்லை
ஒரே முத்தத்தின் தீவிரம்

கனியக் கனிய அது நழுவாது
திறந்த வெளியில்
மரமே என்று
பூமியின் நடுவே நின்று கொண்டேயிருந்தது

3. காதலின் மீச்சிறிய பஞ்சுப்பொதிகள்

இரு மீச்சிறிய பஞ்சுப்பொதிகளாய்
நாம் உருள்கிறோம்
ஒன்றை ஒன்று நெருங்கி
ஒன்றின் மீதாய் ஒன்று ஏறி
ஒன்றை ஒன்று உரசி
ஒன்றிலிருந்து ஒன்று விலகி
ஒன்றை ஒன்று துரத்திப் பிடித்து
எளிதான உருளல்கள்
அவற்றின் மத்தியில் கண்மூடிய
ஒருமை நிலை
நீண்ட நேரம் அவ்வாறே
அவ்வழியே வீசிய நுண்காற்றில்
மண் பற்றாத கனம் இல்லா
பெருவாழ்வின் வெளியில் போல்
எப்பொழுதென்றாலும்
மின்சாரம் பற்றிக்கொள்வதே போல்

4. காதல் கண்கள்

உன் கண்கள்
எத்தனையோ இறுகிய காலக்கதவுகளை
உடைத்து அருகே வருகின்றன
நாம் ஒருவரையொருவரிடம்
ஒப்படைத்த பின்
இப்படித்தான் இந்த நான்கு
கொடியசைக்கும் கண்களும்
அகண்ட பால் வீதியில்
ஒளிக் கீற்றென பிழம்பின் நதியென
விரைந்துகொண்டே இருக்கின்றன
நதிகளுடன் நதிகள் சேரும் சங்கமம்
கண்களின் திறப்பில்
சிவந்த இரத்தம் பொங்குகிறது
கண்கள் முத்தம் இட்டு இட்டுச்
சிவக்கின்றன
என் உடலெங்கும் உன் கண்கள்
தம்மை விதைத்துக் கொண்டன
எவ்வளவு என்று அறியவில்லை
மோகத்தை என்றென்றைக்குமான
மண் உரம் ஆக்கிக்கொண்டன

5. காதல் மீன் நான்

பார்வையின் காதல்
நம்பமுடியாத விசித்திரங்களுடன்
நீள்கிறது
அதை ஒரு கையென பற்றியிழுத்து
செல்லுமிடங்கும் இழுத்துச் செல்லும்
பெருகி விரிந்த தனிமையின் வாசலைத்
தட்டித் தட்டித் திறக்க முயலும்
கூசிப்போய் சுருக்கென நான்
என் தனிமையின் ரப்பர்சுவர்களை
எனைநோக்கிச் சுருக்கிக் கொள்வேன்
பார்வையின் காமம்
நம்பமுடியாத விசித்திரங்களுடன்
நீள்கிறது
அதை ஒரு கையென பற்றியிழுத்துத்
செல்லுமிடங்கும் இழுத்துச் செல்கிறாய்
மிகை ரகசியத் துடிப்புடன்
இதயத்தை ஈர்த்து வைத்திருக்கிறாய்
அதன் மர்மமான பொருட்களை
அத்தியாவசிய உணர்வலைகளை
பார்வையால் மட்டுமே கண்டறியும்
என் கனவிற்குள் நீ கட்டுண்டு வாழ்கிறாய்
என்னுடல்
செய்வதறியாது திகைக்கும்
நம்மிடையே இல்லை எதுவும்
எப்பொழுதென்றாலும் ஒரு முத்தம்
கண்ணீரை விரட்டும்

எப்பொழுதென்றாலும் ஒரு தழுவல்
இரட்டையை ஒன்றாக்கும்
ஈர்ப்புசக்தியின் பிளவுகளிடையே
சவ்வென்று இழுக்கும் கனிவின் ஈர இழைகள்
ஒவ்வொரு கணமும்
என் உடலின் பகுதியாகிக் கொண்டிருக்கிறது
உன் பார்வை
நீர்வெளியிலிருந்து சூரியவெளியின் கண்களுக்குப்
பகிரங்கமாக்கப்பட்டது போல் துடிதுடிக்கிறேன் மீனென

6. காதலின் பேரண்ட இறக்கைகள்

என் காதலின் இறக்கைகளால்
இந்தப் பூமி மொத்தத்தையும் தழுவிவிடலாம்
வானேகிச் சூரியனை விழுங்கலாம்
கருகலின் எந்த மணமுமின்றி

7. காதல் மனவெளி

உன்னைத் தொடர் நினைவிறுத்தல்
மனதில் ஒரு நதியைப் பிறப்பித்தல்
உயர மரக்கிளைகளிடை ஒளி கூர்ந்து விழும்
பரபரப்பில் சரசரவென ஓர் ஓட்டம்
பழைய நினைவுகள் திரண்டு ஒதுங்கிய
கூழாங்கற்களின் கரை
ஆங்காங்கே நாம் கூடி விலகிக்கொண்ட
தருணங்களின் குளிர்ந்த நீர்ப்பிரிகை
திசை தீர்ந்து போகையில்
அலகால் நீர்கொத்தி பறந்து செல்ல
திடீர் திகைப்பு வெளி
என் மன
வானத்திற்குக் கண்ணாடி பூமிக்கு அலங்காரம்
உன் நினைவுகள்
தாகவிடாய்க்கு நீர் பருகிய புள்ளிமான்களை
விரட்டிப் பறந்து செல்லும் சிறுத்தையின் பாய்ச்சல் உடல்
எல்லாம் எல்லாம் அந்த மனவெளியில் தான்

8. காதல் பொருட்காட்சி

இன்னும் ஆச்சரியிக்கிறேன்
உனக்கும் எனக்குமான உடல் உறுப்பின்
ஒற்றுமை வேற்றுமைகளிலிருந்தே
அத்தனைப் புத்துணர்வுகளும் பிறக்கின்றன
நூறாயிரம் ஆண்டுகளுக்குப் பின்
சீரமைக்கப்பட்ட உதடுகள் புன்னகைக்க
கண்டுகொள்ளப்படுகிறது என் புதிய உணர்ச்சி
வெளிறிய அகக்கைகளும்
வெளிறிய கரையேறிய பாதங்களும்
ஒளிர்கின்றன
பொருட்காட்சியில் பாதுகாக்கப்படும்
எஞ்சிய பாகங்களின் துல்லியங்கள்
உன் அடையாளங்களாகின்றன
கனவுகளிலும் இருளடர்ந்த பின்னணிகளிலும்
நிழலாட்டம் கொள்ளும் உன் உருவத்தோற்றம்

9. காதலெனும் தாவரவெளி

உடலின் அழகான தாவரவெளி
தீப்பற்றி எரிகிறது
ஈரமும் பச்சையமும் அடர் மழையும்
கசங்கிய கானகமும் தான்
என்றாலும் இரவி வந்து போனாலும்
இரவின் இருள் கலைந்தாலும்
இடதும் வலதுமாய் வாழ்க்கை புரண்டாலும்
கண்ணீரும் கூக்குரலும் கடத்தினாலும்
நரம்பு ஒவ்வொன்றிலும் மொழி அதிர்ந்தாலும்
அணையாத தீயின் பிழம்பொன்று
தோன்றிய கணத்திலிருந்து இடத்திலிருந்து
வேறு எதிரெல்லை நோக்கி
நடந்து நகர்ந்து எழுதுகிறது
வீரமாய்
மொத்தமும் ஒன்றாகிய மொழியை

10. காதலென்பது மெய்நிகர் மெய்மை

மெய்நிகர் மெய்மையில்
அவரை அணைக்கிறேன்
ஐம்புலன்களும் அவரை அடைகின்றன
தொலைவும் காலமும் சுவரறுத்து
உடைபடுகின்றன
உணர்வின் ஊசிகள் புகுந்த உடல்
இன்புற்று இன்புற்று அடங்கா வெளிக்குள்
கைகளைத் துழாவி கண்களால் களித்து
ஈருடல்களும் தசை கூட்டிய எலும்புகளுடன்
இணைந்து கொண்டாடி ஆர்ப்பரிக்க
துடிதுடிக்கும் இருவரும் அடங்கி விலக
காலம் இரண்டாகிறது
மனம் இரண்டாகிறது
ஆழ்வெளி சென்று தங்குகிறது
அரவங்களின் அணைப்பு

புறம்

11. காதல் தத்துவம்

இன்மையும் இல்லாமையும் ஒன்று தான்
காணும் எத்திக்கிலும் எக்கணத்திலும்
முகமொன்று வெளியின் தளத்தில்
பொங்கி மலர்ந்து எழ
கண்டுகொண்டேயிருக்கும் ஒன்று
காணாமல் எங்கு போய்விடும்
இடைவெளி இல்லா வெளியில்
ஏதோ ஒரு கணம் இட்டு நிரப்ப வருவது போல்
மெய்யாய்த் தோன்றி மறையும் கணத்தில்
அதுவரை மெய் மெய்யென ஆனது எல்லாம்
பொய் பொய் என ஆனது போல்
ஒரு கணப்பிம்பம் வெளியெங்கும் பரவித் திரள்கிறது
கண்டுகொண்டே யிருக்கிறேன்

12. காதலின் வேர்ச்சொற்கள்

சொற்கள் பொருளழிந்து போயின
பழைய பொருள் அழிந்து போக
புதிய பொருள் ஒரு சொல்லுக்கு உருவாகும் காலம்
வாயிலிருந்து சொற்கள் கொட்டிக்கொண்டே இருக்கின்றன
திறந்து விட்ட மடை போல்
எல்லா சொற்களையும் தீர்த்துவிடும் ஒரு கங்கணம் தான்
சிதறி இரைத்த சொற்கள் எல்லாம் கிறீச்சிடும்
விபத்துகளும் அவற்றின் கூக்குரல்களும்
காலம் கடக்க வீசும் முடை வீச்சமும்
சொற்கள் இல்லா மௌனம் நோக்கிச்
சக்கரங்கள் உருண்டோடும் வேகத்தில்
குழறலாயும் பிதற்றலாயும் குதப்பலாயும்
வெருட்டும் சொற்கள்
போதும் போதும் வேண்டாமே சொற்கள்
கடலில் சென்று சேரும் கழிவின் பெருக்கு போல
எல்லோரும் பேசிக்கொண்டேயிருக்கிறார்
ஒருவரின் சொல்லில் பொருள் வேறு
மற்றவர் சொல்லில் பொருள் மாற்று
சொற்களே அணைந்து போய்விடு
மொழியே சொற்களைத் தீர்த்துவிடு
எல்லோர் வாயிலிருந்தும்
கற்களாய் வீசும் சொற்கள்

13. கடலே காதல்

கடலே நம் காதலை நெய்தது
அலைகளால் அலைகளின் அலைகளால்
கால உழவி கடல்
இப்பூமியில் ஒரு புல்லாயும் நாம் இல்லா போதும்
நினைவுகளை அலையாக்கியிருந்தது
நடுஇரவில் நடுக்கடலில்
தனித்திருக்கும் கலம் ஒரு நாட்காட்டி
நூறாயிரம் ஆண்டுகளின் கால அளவை
நினைவுகளை அலையென சலித்துச் சலித்து
நம்மிடம் அள்ளித்தருகிறது
அருவமழித்து உருவமாயும்
உருவமழித்து அருவமாயும்
நீயும் நானும் தோன்ற இயங்கியது
மந்திர ஆற்றலின் பேருயிரி
நமக்கு முன்பே நம்மை அயராமல்
வரித்துக்கொண்டிருந்தது
அலை புரளும் ஒரு தருணத்தில்
நீயும் நானும் கண்களின் நதிகளை
கடலில் கலக்கிக்கொண்டோம்
அன்றைய அதிகாலை
கரையில் உருளும் இரு தென்னங்காய்கள்
அங்கும் இங்கும் அலைகளை நோக்கி
கரையில் திரியும் நாய்கள்

14. காதலரின் நெஞ்சில் முகம் பதித்தல்

ஏதோ ஒரு கணம்
இறுதி கணம்
இறுதி கணம் என்று அறிந்து
உயிர் சிறகடிப்பதில்லை
ஆக ஏதோ ஒருகணத்தில்
உன் நெஞ்சில் முகம் பதித்தல்
நிகழ்கையில்
அதை இறுதி கணம் என்று எழுதி
வைத்துக்கொள்வேன்
வரிசைப் படி எதுவும் நிகழவில்லை
குழந்தையாகியே மரிக்க நினைத்தேன்
காதலுடனேயே தொடங்க நினைத்தேன்
இரண்டு முறை சமாதியடைந்தது
காதலின் உரத்த குரல்
சட்டையில் வீசும் சிறிய வியர்வை மணம்
சூழலில் எழும் குளிர் பதனமூட்டியின் ஓசை
கால்களை நிலைப்படுத்திக்கொள்ள
அவற்றை தரையுடன் இழுக்கும் சத்தம்
நாம் இருவரும் அப்படியே மேலேகிச்செல்லல்
உன் நெஞ்சில் நான் முகம் பதித்தல்

15. காதல் கமழ் காமம்

கண்ணோக்கி கண்நோக்கி
பார்த்திருந்த வெளியில்
காலக்ககனம் கனன்று நிற்கும்
கண்கள் நிலைகுத்தி
வெளிச்சமுறுத்தி தீ பற்றும்
நீண்டு நிகழ்கால ஓடை
இருப்பையே பேரியக்கமுற்று
முற்றாத இதய ஒலிகள்
கமழ் காமம் பாய்ந்து ததும்பும் வெளி
ஒளி ஊடுருவ
கண்ணாடிச்சுவர் திரைபிரிக்கும்
மென்சோகம் திரண்டு திரண்டு
கண் மீறும் குருதித்திவலை
உடலுக்குள் ஒரு கணம்
மனதுக்குள் ஒரு கணம்
இதழ் தின்ன முத்தங்கள்
பற்களின் கடிபட
ஈருடல்கள் துடித்தன

16. காதல் பழுத்துச் சிவந்த இதயம்

பழுத்துச் சிவந்த இதயம்
இக்கணத்தில் கிளை நழுவும் கனியென
எக்கணமும் மரம் பிரியும் விதையென
பழமும் விதையுமாக்கியிருந்த
இதயத்தை
சுமந்து மரம் வளர்த்தது மரம்
பழுத்துச் சிவந்த இதயம்
பரபரப்பின்றி விழித்திருக்கும்
பழுத்துச் சிவந்த இதயம்
முணுமுணுப்பின்றி மகிழ்ந்திருக்கும்
விதை துளைத்து வெளியேறாபடி
கனி கனத்திருக்கும்
இதயம் சிவந்திருக்கும்
வானம் தொட முயன்ற மரத்தில்
எட்ட முடியா கிளை உச்சியில்
கனியென இதயம்
பேசாது உறங்காது பிழையாது
துயராது
பழுத்துச் சிவந்த இதயம்
இதயக் கனிமை
சிவந்த உவகை

17. காதலின் நினைவு நுரை

கண்களால் பருகியும்
தீராத திரவ மொழி
இதழால் உண்ட பிறகும்
அறியாத நாவின் சொற்களும்
எல்லாம் உணர்ந்ததாய்
திளைத்த பின்னரும்
நறுக்கி நீட்ட முடியா
அரை ஆப்பிளென
மது நுரை இதயமும்
அருந்தி அருந்தி வற்றா
முதல் முறை தீண்டல் என
தனித்தனியே தவிக்கும்
மதுக்குப்பியில் நுரைத்த
மது மேல் முகமும்
போதையின் சுழிப்பை
மறக்கடிக்கும் வாழ்வின் சலிப்பும்
இறுக இறுகத் தளர்ந்து
தளர தளர இறுகி
எத்தனை கோடி முறையோ
துடித்தடங்கும் நினைவுக்குரல்

18. காதலர் முகம்

அவர் முகத்தின் வனத்தில்
பூக்கள் அசைகின்றன
ஒற்றைப் பூவைக் கொய்யும்
தீவிர அவசரத்தில்
மற்றெல்லா பூக்களின் முகங்களும்
திகைத்து அடங்குகின்றன

19. காதலர் திசை

வந்து வந்து செல்கிறாய்
வந்ததும் செல்கிறாய்
சென்றாய் என்றால்
வந்து நிற்கிறாய்
வாசலை நோக்கிய முகம்
திருப்பவொட்டா
சிலைமுகம் செதுக்கி
எனக்கு நானே சிற்பியாகி
துறவு நோற்றேன்
நோக்கிய முகம் திருப்பாது

20. காதலின் தாமரைகள்

சிதையா சிந்தனையுடைய தெய்வம்
தன் ரகசிய விசையைச் செலுத்துகிறது
நமது காதலின் நதி
என்னில் தொடங்கி உன்னில் எல்லையிலாது
நீளட்டும்
காதலின் ஒவ்வொரு துகளும்
மந்திரத்துகளாக வானில் பதியட்டும்
அதை நம் இதயம் மட்டுமே அறியட்டும்
வெள்ளி நிலா நான் உனக்காக எறிந்த பந்தாகட்டும்
உன் கையில் கிட்டுகையில்
என் கனவுகளின் பறவையாகத் தன்னை விரித்துக்கொள்ளட்டும்
எலும்புகளில் ஊர்கின்ற காமத்தின் வண்டு
இரவுகளின் சுவர்களையெல்லாம் தாண்டி
உயிர்த்திருக்கட்டும்
உன் கைகள்
என் எலும்புகளுக்குள் நுழையட்டும்
முயக்கம் நம் தனிமையின் பெருமதியாகட்டும்
காதலின் தாமரைகள் பூத்தவெளியாகித்
திணறட்டும் என் மனம்

மனம்

21. காதல், மறதியற்றதொரு நினைவு

எப்பொழுதாவது உன்னை நினைக்காதிருந்திருக்கிறேனா
கால நரம்பின் இழைகள் விசித்திரமானவை
எங்கெங்கோ தொலைந்து மீண்டும்
மயக்கும் நினைவுகளைப் பெருக்கும் உன்னிடமே
இழுத்து வந்திருக்கின்றன
அறைகளின் வெளிச்சம் சோர்வடையும் நாட்களில்
உன் முகம் எல்லா கதவுகளின் வழியேயும் எட்டிப்பார்க்கும்
நிழல்கள் நடமாடும் படிக்கட்டுகளின் வழியே
இறங்கிச் செல்லும் சூரியன்
நினைவின் உருப்பெருக்கி இந்த மந்திர அதிகாலை
சுழன்று களைத்து ஓய்ந்த நேற்றைய சக்கரங்களின்
மூச்சு அடங்கிப் போக இருளிற்குள் நுழைந்தன
அநியாயத்திற்கு ஒரு செடியை இடம் மாற்றிவிடமுடியாது
வானம் இறங்கிவந்துவிடும்
மனதின் கால்கள் விண்ணிலும் மண்ணிலும்
பாய்ந்திருக்கின்றன

22. காதலின் முதுகிழவி

முதுகிழவி யான்
சூரியனின் ரேகைகள் பாய்ந்தேறிய முகத்துடன்
பூமியின் எதிர்த்திசையில் நடந்தேகுகிறேன்
கதைகள் கயிறுகளாய் அசைந்தாடுகின்றன
எந்தக் கயிற்றைப் பற்றினாலும்
காலத்தின் முதுகிலேற்றி எத்தனையோ நூற்றாண்டுகளை
தரையிறக்கிவிடுகின்றன
நடந்தோயா பருவங்களின் சிதறல்களை
கதைகளாக்கிவிடுகின்றது என் உடல்
காற்றின் அலை சமுத்திரமாகிற பெருவெளியில்
முன்னேறிக்கொண்டேயிருக்கிறேன்
வானில் விதை தூவியிருக்கிறேன்
சரசரவென்ற பெயலின் பொழுதிலும்
களைப்பேறா முதுகுடன்
சுவாசம் அடங்கா கருப்பையுடன்
வளர்ந்திருக்கிறேன்
மலர்ந்து மலர்ந்து பொழியும் வனம்
உடலைப் போர்த்தியிருக்கிறது
நானே என் செவ்வியல் உருவை
வனைந்தெடுத்து நிகழ்கிறேனே

23. காதல் கடலின் விளைச்சல்

அக்டோபர் 24
ஏன் மனம் இவ்வளவு கடுமையான கோலம் கொள்கிறது?
காற்றில் முளைவிட்டது நம் காதல்
இப்பூமியில் அரசன் நீ
பல நூற்றாண்டுகள் எடுத்துக்கொண்டாய்
என் அரசாங்கத்தைக் கண்டடைய
மலைப்பாதையில் நீ இறங்கிவந்த யானை
காட்டின் வழித்தடத்தை மறந்திருந்தது
அங்கும் இங்கும் அலைந்த ஆற்றின் களைப்பு
உன் உடலெங்கும்
காதல் ஒரு நீண்ட நினைவு
காலம் ஒரு மந்திரக்கோல்
என் மூதாதையராய்ப் பிறந்தவர் எல்லாமே
நான் தான் என்று சுட்டிக்காட்டியது
துருவப்பிளவுகளை
நேர் செய்யும் ஒரு முத்தம்
உன் கையில் சங்கின் வடிவில்
கடலின் விளைச்சலாய்ப் பெருகியிருக்கிறோம்

24. காதலின் புழுதி

காதலின் புழுதியை வெகு அருகே அழைத்து வந்து விடுகிறது
சூழலில் நிகழும்
சிறிய லயமான ஓர் இயக்கம் அல்லது அசைவு அல்லது ஊசல்
முற்றும் தொலைந்திருந்தாலும்
கண்களை எல்லாம் மூடிக்கொள்கிறேன்
உடலில் புதைந்து போன இன்பமெல்லாம் மேலெழும்பிக்
குதூகலிக்கிறது புதர்களின் மேற்பரப்பு பூக்களைப் போல
ஒரு கை இசைவாய் மார்புகளை அணைக்கிறது
வதங்கிப் போன பூக்களின் நறுமணம் கசிகிறது
என்னைச் சுற்றி
பூக்களின் இதழ்களை மென்று தின்னும் நவீன அனுபவம்
என் எலும்புகளில் உன் பற்கள் பதியும் கிறக்கம்
உன் கழுத்தில் வியர்வை வழிந்து மினுங்கும் காமம்
கண்களொடு கண்கள் ஒற்றிக்
காதலை ஆயிரமாண்டு விதியாக்கும் ஊக்கம்
உவர்ப்பும் துவர்ப்பும் மடை பெருக்கும்
காற்றே என் பக்கம் வீசாதே
மெல்லிய முறிவிலும்
மலர்கள் கிளர்ந்தெழுந்து கூச்செறிந்து நிற்கின்றன

25. காதலின் ஓவிய விரல்

விரல்கள் ஈர்ப்பின் கோடுகளை வரைகின்றன
உலகளாவிய மானுட உடல் மீது
உன் பார்வையில் நீந்திக்களிக்கும் இரவுகள்
இரவுகள் கரைந்து கடலாகும் எண்ணிக்கையில்
ஒற்றைக் கம்பியில் உலரவிரித்த ஆடையைப் போல்
உன் உடலின் துல்லியமான பருவங்களைக்
கண்டடைந்த தருணங்களைத் தொக்கிக்கொண்டிருக்கின்றன
மழை நமக்கிடையே தொங்கிக்கொண்டிருக்கிறது
இரவுகளின் வழியாக ஈட்டிய காமப் பெருமை
பெருகிய மார்புகளுடன் இதோ முதுமையை ஏற்கிறேன்
நம் காதலுக்கும் நமக்கும் இடையே
எத்தனை மலைப்புகள்
நம் ஈர்ப்பின் முகப்பு பிரமாண்டமானது
நாமோ எளியவர்கள்
மீகாதலினால் இரவைக் கிழிக்கும் என் முயற்சியில்
கிழிந்த வலைக்கண்கள் வழியே பொங்கிப் பொங்கிக்
குமுறுகிறது காமம்
மென்மோகத்தால் உன் கண்கள் இரவெல்லாம்
என்னைச் சுற்றி வந்து மொய்க்கும்
விரட்டுவதற்கான கைகளோ
உன் பொய்யான மெய்யைப் பற்றியீர்த்து
நாவினால் தீண்டித் தீண்டித் தித்திப்பை இன்புறும்
விரல்களின் பேச்சு தனித்த மொழி
இருவருக்கு மட்டுமேயான ஆதிவானின் சொற்கள்

26. காதலின் அரியநிலை

மெல்ல பூக்காது
காடு மொத்தமும் பூத்தடங்காத ஒளி
ஆற்றின் கரைகளெல்லாம் பெருகி வளர்ந்த
தாவரங்களாய்
நாளை இன்று நேற்று என எல்லா பேதமும்
அடங்கிப் போக
விறுவிறு என்று என் மேனி உன்னில்
கொடியைப் போல வளர்ந்து உயர்ந்து பதிந்துகொள்கிறது
அசாதாரண தருணமொன்று நினைவில்
கடந்து செல்கிறது
மீள் ஓட்டி அதைக் காணுகையில்
அதன் மீது இன்னொரு அசாதாரண அர்த்தம்
தனித்த பெருமிதத்துடன் நடந்து செல்கிறது
காலத்தின் ஒழுங்கைக் கலைக்கும் ஆற்றல்
நீ தந்து செல்லும் நினைவின் திமிங்கலம்
கடலைச் சாதிக்கிறது
தனது துள்ளலில்
முதன்முறையாக நான் இந்நிலையில்
மரித்துப் போய்விடக்கூடாது என்று நினைக்கிறேன்
நீயும்

27. முதல் காதலி

நானே முதல் காதலி
முதன்மையான காதலி
ஆதி காதலியும்
இறுதி காதலியும்
இடைவிடாத காதலியும்
கண்களில் சுருண்டு விழும் துளிகள்
கதைகள் திரண்ட சரம்
அவளால் செரிக்க முடியாத
கோலி குண்டுகள் அவை
கன்னங்களின் பாலையில்
அவை ஓடி ஓடிச் சரிகின்றன
புதைந்து போகின்றன
பின்னும் உவனிப்பின் வேட்கை
உள்ளூறி மேலெழுகிறது
கதைகள் வழுக்கும் கால்களுடையவை
எந்த நிலத்திலும் கால்கள் ஊன்றா
பலவீனமானவை

28. காதலின் ரோஜா

காற்றில் மிதந்து கொண்டே பயணிக்கிறது
காற்றின் ஆடை காதல்
ரோஜாவின் உள்ளம் அறிந்திருக்கிறது
தன்னைத்தானே செடியிலிருந்து பிய்த்துக்கொண்டது
இதயங்களின் மையங்களை ஈர்த்து வைக்க
ரோஜாவின் ஒரே வழி
ஓராயிரம் காலமாய் வேரூன்றிய காலை
விடுவித்துக்கொள்வதே
சலசலப்பின் தருணங்களிருந்து விலகி விலகி
நடுக்கடல் வரை நடக்கிறது
யாரோ அதன் கழுத்தில் கத்தியை வைத்திருக்கின்றனர்

29. காதல் இசை

கைவிரல்களுக்கு இடையே நழுவவிடாத சுரங்களை
உன் புன்னகையின் மணிகளால் கோர்த்த மாலை
எங்கிருந்தோ ஒலிக்கிறது இசையாகிப் பரவுகிறது
என்னைச் சூழ்கிறது கடலெனப் பெருகுகிறது
எத்தனை ஆயிரம் கரங்களாய் அது விரிகிறது
அதன் மணத்தின் புகைச்சுருள்களால்
என்னைக் கட்டியிழுத்து ஏதேதோ தேசங்களில்
எல்லாம் என்னைக் கால்கடுக்க நடக்கவைக்கிறது
குதிகால் உயர செருப்புகளால் நடு நிசியில்
அந்நாட்டின் நாணயங்கள் இன்றி
உன் நறுமணத்தூண்களைப் பற்றியிழுத்தபடியே
நடந்து நகர்ந்து தனியறை வந்து சேர்ந்திருக்கிறேன்
கதவின் துளை வழியே வெளியேறிய வெறுமைப்புகை
இசையற்ற சொற்களின் கூவல்
என்னைச் சுற்றியிருந்த சேலையின் நெசவு
உன் நறுமணத்தின் ராகம்

30. காதல் மறதியின் கணம்

மறதியின் அலைகளெல்லாம் பெருகி
ஒரு கடலாகியிருந்ததை
அதன் கரையில் நின்ற கணத்திலே
கண்டேன் கண்டேன்
ஒரு கண்ணாடியை ஊடுருவிச் செல்லும்
ஆற்றலுடைய பிறவி
அக்கடற்கரையில் கண்டுணர்ந்தேன்
கால இயந்திரத்தினை முடுக்கியெழுப்பும்
துல்லியமான தருணமொன்றில்
அந்தக் கடலின் காரணத்தை
மறந்திருந்தேன்
சூரியனையும் நிலவையும் கரைத்து
கோள்களின் பால்வீதிச் சாம்பலையெங்கும் கரைத்த
கடலையே மறந்திருந்தேன்
ஒவ்வொரு அலையின் பாய்ச்சலும்
ஒரு நினைவைச் சொடுக்கி யெழுப்பிப்
பாய்ந்து நனைத்துச் சாய்த்து மீள் செல்கிறது
கடல் என்பது ஒரு பருவம்
கரையிலிருந்து நம் முகம் திருப்பி எதிர்த்திசையில்
நடந்து வர
அந்தக்கடல் இல்லாமலே போகிறது
சற்றேறக்குறைய அரைக்கணத்தின் முகத்திருப்பலில்
அலை துள்ள கடல் தள்ளாடுகிறது
நான் எழுதித்தொலைத்த வரிகளை
கால்களின் அருகே எழுதிக்காட்டிச் செல்லும் அலையின்
அதே கரம் அழித்தும் செல்கிறது

வெளி

31. காதல் இருதயம்

இருதயம் பிளந்து காமம் வெளிப்பட்டது
உடைக்க உடைக்க உடையாதிருந்த
இதய மடை திறக்க எத்தனை பிறப்போ இது
ஒவ்வோர் பிறப்பாய் உன்னைத் தேடித் தேடி
களைத்து இளைத்த பெண்ணெனத்
துரும்பேறிய
கண்களுடன் திரிந்தேன்
நீ கண் பட்டதும்
நெஞ்சம் வெடிப்பொன்று கொண்டது
அறியாது போயிருக்கும் அத்தனை வாய்ப்புகளையும்
இல்லாது எட்டி உதைத்தது
கண்டதும் காதல் கண்ட நொடி முதலாய்
கண்டதே காமம் என்றான திருகிவிட்ட இதயமாய்
சுழன்று சுழன்று மென்குரலுடன் அலறி
முனகித் திரிந்தது

32. காதலெனும் தனிமை

இத்தனிமையை வரைபடமாக்கிவிடமுடியாது
இது கடலும் இல்லை
மலையும் இல்லை
மலைக்குப் பின்னால் அலைமோதிக்கொண்டிருக்கும்
கடல்
வரையறுக்கமுடியா எல்லைகளுக்கு இடையே
நீர் அலம்பிக்கொண்டிருக்கிறது
பல சமயங்களில் இது ஒரு முகக்கண்ணாடி
வெற்று நெஞ்சம்
வட்டங்களாகி வட்டங்களாகி
தேசங்கள் தாண்டும்
அவர் வந்து கால் வைக்கையில் தான்
என்னைப் பெண்ணுடல் ஆக்கியது
ஆணாய் அவரை என்னிடம்
அழைத்துவந்ததும் இதுவே

33. காதல் தாவரம்

உன் கைகளிலே
நான் பசுமை அடர்தாவரமாகினேன்
வேர்கள் காய்கள் பூக்கள்
என் வெவ்வேறு பருவங்களின் செழுமை
வானிற்கும் பூமிக்கும் இடையே
எழுந்து உயரவே பிறந்தேன்
நீ மரம் என்றால் நான் கொடி
நான் மரம் என்றால் நீ கொடி
கைகள் விரிந்த நிலையையும்
கைகள் சுற்றி வளைக்கவும்
தாவரமாகினேன்

34. தற்செயலாய் ஒரு காதல் கணம்

தற்செயலாய் இன்று ஒரு மழை
தற்செயலாய் உன் காரில் இன்று பயணிக்க நேர்ந்தது
தற்செயலாய் நீ அணிந்திருந்த கோட் என் மடிக்கு வந்தது
தற்செயலாய் அது நீண்ட நேரம் என் மடியில் உறங்கியது
தற்செயலாய் இப்படி ஏதேனும் நிகழும் போதெல்லாம்
எதுவுமே தற்செயலன்று
என்று காமத்தால் கனக்கிறேன்

35. காதலின் முள் காமம்

காமம் நெருக்கியடித்துக் கொண்டிருக்கிறது
ஆங்காங்கே இருவருக்கும் கிழிசல்கள்
காதலின் கூர் தையல் இயந்திரம்
சதா இயங்குகிறது
காயங்களில் எழுதப்படுகின்றன
காமத்தின் நியாயங்கள்
பால்யத்தில் உயர்த்தப்பட்ட கதவுகளிலிருந்து
அநியாயத்திற்கு வளர்த்தப்பட்ட
பால்நிலைக் கதைகள் வரை
காமங்களின் ஆழம் வரை
நீந்திச் செல்கிறேன்
ஒளிர் பசுமை நிறம் கிளர்கிறது
பிறப்பின் எல்லையே காதலால் தான்
விளக்கப்படுவதை
இந்தக் காமம் உறுதி செய்தது

36. காதல் என்பது நட்சத்திரச்சாம்பல்

சரியாக 35000 ஆண்டுகளுக்கு முன்பிருந்து
நாம் ஒருவரையொருவர் தொடர்கிறோம்
நட்சத்திரச்சாம்பலிலிருந்து உயிர்த்தோம்
மானுட இறுக்கங்களைத் தளர்த்த பிறந்தாற்போல்
கலைகளினூடே விடைத்தோம்
எப்பொழுதோ நாம் இரண்டாகப் பிளந்துவிட்டோம்
ஒன்றாக இணைவதற்காய்த் துயிலைக்
கலைத்துக் கலைத்து விழித்தோம்
ஒரு நூற்றாண்டு கூட நீளத் தூங்கவிடாத கண்ணீரை
யார் நம் மீது தெளித்தார் என்று நினைவில்லை
கண்கள் விழித்தால் விரியும் முதல் முகம் உனது
ஒவ்வொரு புல்வெளி நடையும் தீ மிதியும் உனை நோக்கி
அலகால் அழகாய்க் கோதும் பெருவாழ்வாய்
ஒவ்வொரு முறையும் இப்புவியில் ஒரு நடை
ஆற்றலாய் நடந்துவிட்டுப்போகிறோம் துல்லியமாய்
உனதிரு பாதங்கள் என்னிடம்
எனதிரு பாதங்கள் உன்னிடம்
அல்லது இரு பாதங்கள் மட்டும் என்னிடம்

37. காதலின் காற்று

உன் அலைவரிசை தாக்குகிறது
நீ எங்கிருந்தாலும்
காற்றுக்கு ஒரு கதை இது
தொன்மத்தின் துகள்கள் எல்லாம்
அடர்ந்து திரண்ட பூப்பந்து
உடலை மீண்டும் மீண்டும் ஒப்படைத்த பின்னும்
துள்ளித் துடித்து எழுச்சியுறுகிறது
காமத்தின் கடைசித் துடிப்பால்
அல்லது பெண்மையின் முதன்மையான பூவாய்
இந்தப் பேரண்டத்துடனான
அன்னியோன்யத்தை ஒரு போதும்
இழக்கச்செய்யாததே காமச் செய்கை
அந்த ஊசியையும் நூலையும்
கண்டறிந்து கொண்டேன்
பிறை ஒன்று உன் கண்களில் காய்கிறது
கதிர் ஒன்று என் அடிவயிற்றில் கனிகிறது
நிறைமாதப் பெருஞ்சூலியாய்
எத்தனையோ ஆண்டுகளாய்ச்
காலச்சாலைகளில் திரிகிறேன்

38. காதல் பூதச்சி

யார் மடியிலும் சிசுவெனச் சரியாமல்
கண்ணடர் இமைகளுக்கு இடையே கசியாமல்
கால நீள அகல வெளிகளைக் கரு ஏற்றா
மென்பூத வெளி பூதச்சி என்னிடம்
அகண்ட வான் வெளியிலிருந்து
கூராய் என் மீது வந்திறங்கியது
இன்றைய மழை மாலையிலும்
மென் ஊற்றாகித் தூர் உடைத்தாய் நீ

39. காதலின் கற்கள்

மழை கற்களை எறிந்துகொண்டிருக்கிறது
நான் இரவையும் பகலையும் திரட்டிக்கொண்டிருக்கிறேன்
என் இரவு உன் பகல்
என் பகல் உன் நடுநிசி
இந்த மழை உன் வானத்திலிருந்து தான் வருகிறது
காற்றின் திரைச்சீலைகள்
சொற்களை முணுமுணுத்துக்கொண்டிருக்கின்றன
இவை யாருமே அறியாத நம் மொழிச் சொற்கள் தாம்
உன்னுடனான கனவின் நடுவில் விழித்த சொற்கள்
அதிகாலையில் ஜன்னல் வழியே சொரிகின்றது
ஒவ்வொரு சொல்லையும் உருட்டி உருட்டி வந்து
வரிகளாக்கியதில்
தொடர் மழையாகிறது இன்று
நமக்கு மட்டும் காயங்கள் இல்லை
இம்மழையில்

40. காதல் தொடுகை

இன்று ஏன் இவ்வளவு பரவசிக்கிறது என் உடல்
இன்னும் நீ என்னைத் தொடவில்லை
தொட்டதாயும் நினைத்துக்கொள்ளவில்லை
விரல்களை அவ்வளவு நீளம் வளர்த்துக்கொள்ள
காலம் ஆகலாம்
யார் தொட்டதும் நினைவில் இல்லை
என்றோ தொட்டு தாலாட்டிப் போனார் தாய்
புல்லைப் போல வெடவெடவென நடுங்குகிறது உள்ளம்
பெருந்தவிப்பின் அமைதியைத்
தன்னகத்தே நிறைத்திருக்கிறது
தொடமுடியாது என்றும் கருதவில்லை
தொட்டபிறகும் ஓய்ந்து போகும் வாய்ப்பில்லை
கண்கள் இதழ்கள் கரங்கள் எல்லாம்
தொலைதூரம் வரை சக்கரமாகும்
காலவெளியை நோக்கியிருக்கின்றன
நீண்ட நேரமாய் நிலைகுத்தியதாய்
துல்லியமாய்ப் புரியும் ஓர் ஓவியம் உன் முகம்
பல வண்ணத்திளைப்பு
கரைந்த நிற நதிகள் ஏறியதும்
கடல் ஒன்று விரிகிறது எனக்குள்
அலைகள் சத்தமின்றி குமுறிச் சரிகின்றன
அலை நனையாது நிற்கிறேன்
ஒரு தொடுகை என்னவெல்லாம் செய்யும்
எல்லை தீரச் சிந்திக்கிறேன்
எப்பொழுதாவது களைத்துப் போகிறேன்
தொடாததன் சோர்வாய் இருக்கலாம்

அதிகாலையின் முதல் கதிரை இறுகப்பிடித்து
மீவிசையுடன் ஓடிவந்து
உன்னைப் பொருந்திக்கொண்டால்
போதுமென்பது போல ஒரு பரவசத்தின் விசை

உடல்

41. காதல் பித்தம்

இன்று ஏன் மழை இவ்வளவு நெட்டுயிர்க்கிறது
இரவுகளில் மட்டுமே நகரத்தின் கூரைகளைத் தாக்கும்
இம்மழையின் நகரத்தில் தான்
நாங்கள் சந்தித்துக்கொண்டோம்
ரகசியமாய்ப் பாடல்களைப் பாடிக்கொண்டோம்
வீணையின் நரம்பால் இதயத்தை வகிர்ந்திடுவாய்
தொன்மத்தில் தொலைந்த சொற்களின் குவியல்களை
உன் மடியில் இரைப்பேன்
தவளைகளின் கரக்கரக் ஓசையின் மூட்டம்
சாலைகளின் கரைகளில் மரங்களின் வேர்களில்
இலைகளில் மீது முணுமுணுப்பாய் வீழும் மழை
மாறி மாறி நம் அருகாமையை இரையும்
இரவெல்லாம் நெட்டுயிர்க்கும் மழை
பகலின் சூரியன் முன் திகைத்து ஓயும்
நகரமெல்லாம் உன்னைத் தேடித் திரிவேன்
கதவுகள் இல்லா வெளிகளில்
கண்டறிய முடியா எல்லை வரை கானல்
முகமெல்லாம் புன்னகை கீறலுடன் நான் திரிவதால்
இவளுக்குப் பித்து என்கிறார்கள்
யார் மீது என்று எவரும் அறியார்

42. காதலர் உடல்

அவர் உடல் அபாரமானது
ஒளி பட்டு ஏறி ஏறி
பொன்னூறிய சரக்கொன்றை போல
ஒளிரும் இருப்பை
சதா பூசிக்கொண்டிருக்கும்
பச்சிளங் கொழுந்து
முறுகிப் பாயும் நீர்க்கயிறு
ஆவித் தலையில் வாங்கிக்கொள்ளும்
எரிசூடு என்னுடையது
அருகில் சென்றால் விழுங்கிக்கொள்ளும்
விளக்கின் சோதி
உள்ளே உள்ளே
அவர் நெஞ்சக்கூட்டின் உள்ளே சென்று
ஒடுங்கிப் பூத்துப் போவேன்
ஒரு நாள்

43. தீவிர காமப்பயிலல்

அந்தர வெளியில்
இருவர் உடல்களும் சாகசங்களின் களிப்பில்
விண்வெளி மின்னல்களைப் பரிசளிக்கிறது
உடல்களின் தடுப்பின்றி இயங்கும் புறவெளி
அணைத்து முத்தித்து இயங்கித் தழுவி நழுவும்
நிகழ்வெளி
வெப்பச்சாரல் வீசுகிறது
நான்கு கண்கள் அச்சாகிய ஈருடல் சுழற்சி
மூர்க்கமாக நீந்த ஓருடலுக்கு மறு உடல் கடல்
அலைந்து அலைந்து அலையெழுப்பும் மனவெளி
சுவர்களை எல்லாம் தகர்த்து கரைகளை எல்லாம் தவிர்த்து
புதிய சொற்களொடு பழகிய சொற்கள் உரசுவது போல
தீவிர காமப்பயிலல்
எந்தத் தீண்டலும் இல்லை இதுவரை

44. காதலின் பாடல்

இதோ இதோ
இரவு வருகிறது
கருணை இல்லா இரவு
இரவைக் கொல்லும் கனவு

முதலிலே ஒரு முறை அவரைக் கண்டேன்
இதயத்தை ரகசியமாய்த் திருடக் கண்டேன்
இதயம் தேடி அவரிடம் சென்றேன்
திரும்பத் திரும்பத் திருடவே கண்டேன்

உடலைப் பறிகொடுக்கும் கனவுகளில் புரண்டேன்
கனவுகளின் தகிக்கும் இரவுகளில் நுழைந்தேன்
எங்குமே அவரைக் காணாமல் திகைத்தேன்
திரும்பத் திரும்பக் கனவினில் கண்டேன்

எத்தனையோ ஆடவரை நாடினேன்
நாட்டினை ஆளுவதை கேட்கிறேன்
நாட்டினைத் தேடியே போகிறேன்
கூட்டத்தில் கண்ட முகத்தில்
தேனென

ஆண் என்றால் ஒரே முகம்

ஆண்களில் எல்லாம் பிழை கண்டேன்
அவரிடம் மட்டும் சிறைபட்டேன்
கதவுகளை எல்லாம் தாழிட்டே

அவர் இதயம் சிறைபடத் தலைப்பட்டேன்

இரவெல்லாம் இதயத்தில் புயல் வீசும்
இசைமீட்டும் குழலினை மனம் கேட்கும்
ஏதொன்றும் அறியாத கடலினில் மனம் குதிக்கும்
அலையலையாய் அசைபோடும் படுக்க்கையைக் கடல் ஆக்கும்

முதல் முறை தொடுவதை எழுதிப்பார்க்கும்
எழுதிப் பார்த்ததை தினம் தினம் பிழை நீக்கும்
தொடுவதைத் தொயில் என மனனம் காணும்

நள்ளிரவு எனைத் தேடி வரும்
நடுநிசிக்கனவு ஓடிவரும்
அதுவரை இரவு துயரம் தரும்
கனவிலே கூடல் கூடிவரும்

45. காதற்தமிழ் நாடனே

காதற்தமிழ்நாடனே
மொழியின் பெருமை அழியாவிடத்து
பண்பாட்டின் வானம் விரியாவிடத்து
காலம் தாண்டிய காலத்தில்
கால் பதித்துள்ளோம்
நாடே நம் கூடு
கூடும் அன்று அதுவே வீடு
ஒரு வீட்டின் புன்னகை மறு வீட்டிற்கும் கேட்கும்
அடுத்தடுத்த வீட்டிற்கும் பரவும்
ஒரு வீட்டின் ஓலம்
இன்னொரு வீட்டைஅணைக்க
அருகே அழைத்து வரும்

முப்புறத்தும் அலை ஓயா கடல்
கடல் தாண்டிய புகழ்
புகழ் ஓங்கிய தமிழர்
தமிழர் தொடும் செம்மைத் திறம்
திறம் என்பது நம் இனச்சொத்து
இனத்தின் விழுமியம் அறம்
அறம் என்பதே மானுடம்
மானுடத்திற்கு அகண்ட விரிந்த
கைகள்

நாடனே
இப்படித்தான் லட்சோப லட்சம் ஆண்டுகள்
இரவுகளைப் பகல்களாக்கியும்
பகல்களைக் கவிதைகளாக்கியும்
அழியாச் செல்வங்கள் செய்தோம்
காடு மலை மருதம் அலைகடல் பாலைவெளி
என புவியில் நிலவெளிகள் சமைத்தோம்
பொழுதுகளை அலங்கரித்தோம்

இன்றோ கற்பனைவெளியில்
நம் நாடு விரிகிறது வளர்கிறது
புலம்பெயர்ந்தோ பொருள் தேடியோ
எங்கெங்கும் கண்டங்களின் கரைகளில்
ஏறுகிறோம்
நம்மைத் தேடும் இனமாந்தரிடையே
நம் பயனை எழுதிச் சமைத்தோம்

இனி இப்படித்தான்
எப்பொழுதுமே இப்படித்தான்
நுண்ணறிவின் மகுடத்தை அணிந்த இனமாய்
அறிவுப்புல வேட்கை தீரா மனிதராய்
நாம் பயணித்துக்கொண்டே இருக்கிறோம்
ஆகாய வெளி, கடல் வெளி, பாலை வெளி
நம் கருப்பின் நாகரிகம் கிளை கண்டது

தமிழின் நாடனே
எத்திசையில் என்றாலும்
நீ அறிவாயா
பல முறை தூக்கிற்குத் தலைகொடுத்திருக்கிறோம்
பல முறை நம் தலைமீது ஊசலாடும் தூக்குக்கயிற்றை
அறுத்துவிட்டிருக்கிறோம்
மானம்நோக்கிய திசையில் வடக்கு நோக்கி
வானோக்கி அமர்ந்திருக்கிறோம்
நாம் ஈட்டிடும் மானம் பெரியது
யாம் ஈன்றிடும் காலம் அரியது
ஒவ்வொரு நடையாய் இப்பூமியில் நடந்தாற்போலவே
இன்னும் இன்னும் பூமியை அளப்போம்
இலக்கியங்களில் அரித்தெடுத்தாற்போலவே
மண்ணிலும் கடலிலும்
அகழ்ந்தெடுத்த நாகரிகம் முன்வைப்போம்

கணம் கணந்தோறும்
மனிதம் வரைவோம்
பூமியை நமதாக்குவோம்
காடும் நிலனும் கடலும் வயலும்

உரியது சமைத்து அரியது ஆக்குவோம்
பிறப்பு இறப்பின் இடையே
சமத்துவம் எழுப்போம்
இறப்பு பிறப்பின் இடையே
ஐம்பூதங்களுக்கு இரையாவோம்

இனமழிக்கா முடியாமையை
எழுதச் செய்வோம்
தமிழ் நாடனே மானிடனே
நமக்கு இறகுகள் முளைக்கட்டும்
சிறகடித்து இயங்குவோம்
சிந்தனைத் தாதுவை மொழியாக்கிக்
நூல்களால் கண்டங்களைத் தைப்போம்
காலத்தை வடிப்போம்

வானத்தில் இறைந்து கிடக்கும்
நட்சத்திரங்கள்
நம் இன இலட்சியங்கள்
நாகரிக வெளிச்சம் அந்த நிலவு
புதிய நிலவுகள் முளைக்கும் வரை
சூரியனைப் பல்கிப்பெருக்குவோம்
உடலை மீண்டும் மீண்டும் புதைப்போம்
புலன்களே கருவிகள்
எண்திசைக்கதவுகளும் அதிரத் திறப்போம்
காதலின் நனி யாழ்கள் செய்வோம்
உறுமும் பறைகள் வழியே
தொல்காலம் மீட்போம்
பூமிச்சுழற்சி நம் உள்ளங்கையில்
நிகழட்டும்
கட்டியணைப்போம் புவியை
கற்றது அனைத்தும் போற்றுவோம்
அவையில்
ஓயாத நடை நட நாடனே

46. காதலின் திரவநிலை

சில நாட்களாக
ஒரு பாலைவனமாகச் சுற்றிக்கொண்டிருந்தேன்
திடுமென்று நேற்று
எனக்குள் ஒரு கிணறு பிறந்தது
சட்டென்று அதில் குதித்துவிட்டேன்
சொற்கள் அழிந்த திரவநிலை
எல்லா திக்குகளிலிருந்து பீறிடுகிறது
நீ கொணர்ந்த திவலை
நான் சுழல்கையில்
ஒளியாய்ச் சிதறுகிறது
என் எண் திக்குகளிலும்
நான் வழியாக
மொத்த உலகையும் வெளிப்படுத்திக் கொள்கிறேன்
என் நான்கள் சிதறிக்கிடக்கின்றன
அள்ளிச்சேகரித்த குவியலும்
கை கொள்ளாமல்

47. பார்த்திருத்தல்

உன்னைக் காணுமொரு கணத்தில்
புதைந்திருக்கும் ஓராயிரம் கணங்கள்
உன்னைப் பார்ப்பது பார்க்க நினைத்தது
பார்த்ததாய் நினைத்துக்கொண்டது
பார்க்கும் போது கலைந்தது கலைந்ததும் உயிர்த்தது
பார்வையுடன் அலைந்தது பார்க்காத ஏக்கத்தில் நிறைத்தது
பார்வைக்கு மறைத்தது பார்வையில் மறைத்தது
பார்க்கப் பார்க்கப் புதியது பார்த்ததும் பொலிவது
பாராமல் தகிப்பது தாபத்தில் பார்ப்பது
பிரிவின் முன் பார்ப்பது பசியினில் பார்ப்பது
நேசத்தின் முளைகளால் எட்டிப் பார்ப்பது
பார்க்காததாய்ப் பார்ப்பது
கணந்தோறும் பார்ப்பது
கால காலங்களாய்ப் பார்ப்பது
பார்க்கும் போது அறியாதது
பார்வையால் அடையாளம் காண்பது
கண்டு கண்டு காலத்தில் தொலைந்து போய்த்
தேடித்திரிந்து மீள்வது
காலாதீதத்தில் மூழ்குவது கணத்தில் மீள்வது
கண்டதும் இனிப்பது
உடல்களைப் பார்வையால் கட்டியணைப்பது
உன்னைக் காணுமொரு கணத்தில்
பார்வையின் அத்தனை ஆயிரம் கணங்களும்
புதிய புதிய பிரதியாய் எழுந்தோய்வது

48. நாட்காட்டி

காலத்தின் படபடக்கும்
எந்த நாட்காட்டியின் பக்கத்தில்
கமுக்கமாக்கியிருந்தாலும்
எழுந்து நீ ஆயிரம் கையசைவுகளுடன்
ஒளிர்ந்திருப்பாய்
நீ திரை கிழித்திருப்பாய்
இருட்டின் திக்கிருட்டில்
புரண்டு கொண்டிருக்கும் அதிசயப்புழு நான்
உன் பேருவகையில்
கனன ஒளியால்
என்னை மாயச் சிறகசைக்கும்
பறவையாக்கியிருப்பாய் நீ
என் உடலும் ஒளியும்
அத்தகையது
இறவாத அமிழ்து

49. பேரொளி

ஒளி ஒளி ஒளி
பேரொளியின் இச்சைக்கிளி
புன்னகையால் மாய அசைவுகள்
என் பூமியை உருட்டி உருட்டி
உன் கால்களின் கீழ் வந்து சேர்க்கிறது
அவ்வுருண்டையின் மீதேறி
கால் மாற்றிக் கால் மாற்றி
சர்க்கஸ் நிகழ்த்தும் வான் உயர
சாகசக்காரன் நீ
உன் காலடியில் உருளும் கோளம்
கோளத்தின் மீதேறி ஓடி நடக்கும்
வானுயர வீரனும் நீ

50. இரு கடல்கள்

தாயினும் சாலப்பரிந்திடும்
பெண்மை பெண்மை
பால்சுண்டிய முலைகளின்
ஆண்மை ஆண்மை
பெண்மையும் ஆண்மையும்
ஒன்றையொன்று தொட்டிட விழையும் தீவிரம்
ஒன்றில் ஒன்று
மென்மையும் வன்மையும் உண்மை
அதிரகசிய மனவெளிப்புதிரில்
ஆண்மையும் பெண்மையும்
அழகாய் அலைக்கழிந்து
இருகடலாய் அலைகிறது
தனித்தனியே

கனவு

51. ஏழை

ஏழை நான்
மாதிரி உடலுடன் திரிகிறேன்
நைந்த பூமியின் மேல்
தையல் வானத்தின் கீழ்
மானுட உயிரி தான்
யாதொன்றும் புதுமையில்லை
தேவியென்று ஆனபின்னே
திக்குகள் அத்தனையும்
திரிந்து திரிந்து அலைகின்றேன்
எல்லாவற்றிலும் உன்னைத்தேடி
காலப்பொருள் இழந்தேனே
ஏழை நான்
என் எலும்புகளால் உன் பெயரெழுதி
என் குருதியினால் உன் உயிர்வரையும்
பொருள் முதல் வாதம்
பேருயிராய்ப் பொழுதெல்லாம்
சொல்லெழுதும் செல்வந்தரும் நான்

52. நீ செய்

முதல் வெளிப்படுத்துதலின்
பரவசக் கனி
சிறகுகளாய் விரிந்து விரிந்து
மரங்களின் மீது மர உச்சிகளின் மீது
பறந்தேகித் திரிய
அர்த்தமற்றது அர்த்தம் கண்டவுடன்
தரையிறங்கிப்
பின்னெல்லாம்
அர்த்தங்களின் கனக்கல்
இந்தமுறை
இந்த முறை விரித்த சிறகுகளை
எல்லாவற்றையும் முட்டி மடக்கி
இரட்டைச் சிறகுகளாக்கி
இதயத்தின் தீவிர விசையில்
உன்னையே ஒற்றைத் திசையாக்கி
உய்கிறேன் என்கிறேன்
பரந்த ஆகாயத்தை வீசு என் எதிரே
குறுக்கே எவரையும் அனுமதியாதே

53. நீ நான் நாம் பார்வைகளின் விழிகள்

பொதுவெளியில் நம் பார்வைகள்
ஒன்றையொன்று மின்னலாய்க் கீறிக்கொள்கின்றன
தனிவெளியில்
ஒன்றுக்குள் ஒன்றாய்
நீந்திக் கொள்கின்றன
பார்வையின் குளத்திலிருந்து உள்ளங்கையில்
நீரள்ளிப் பருகுகிறேன்
தன்னந்தனி வெளியில்
என் பார்வை
தன் அலகில் புல் அறுத்துச் சுமந்து செல்லும்
குருவியாகிறது
உன் பார்வை
தும்பியின் விமானமாகிறது

54. என்பு எனப்படுவது

என் எலும்புகளை
ஓவிய நுட்பத்துடன் வரிசைப்படுத்தியிருக்கிறேன்
எனக்குள்
உன் மீதான அறைகூவலையும்
வான் உயர ஊற்றையும்
எப்படித்தான் இந்த எலும்புகள்
தமக்குள் அடுக்கிக்கொள்கின்றனவோ தெரியவில்லை
ஆழம் அறியா வெளியில்
எலும்புகளின் கூழ்மத்தாலானது உன் பெயர்
அகச்சட்டகத்தின் வடிவமும் அதுவே
எலும்புகளால் உடலுக்குள்ளேயே எழுதி எழுதிப்
பழகியதை நினைவுகளின் கோப்பாக்கிக் கொண்டிருக்கிறது
இந்த நீளக்கார்காலம்
கணுக்களின் ஆழத்தில் ஆயிரமாய்க் கண்கள்
அத்தனையும்
உன்னையே உற்றுநோக்கிக் கொண்டிருக்கின்றன
நீ எவ்வளவோ தொலைவில் இருப்பினும்

55. காலப்பிளவு

ஒவ்வொரு நாளும் ஒரு புதிய நகரம் போல்
நேற்றிலிருந்து விடுபட்ட பறவை யொன்று
இன்றைக்குள் நுழைய இயலாமல் வீழ்ந்து போனது
நாளை உன்னைக் கண்டால் நீ புதியவன்
ஆனால் நேற்று நீ ஒரு பிரியமான சொல்லால்
எனைத் தொட்டதை மறவேன்
அன்றைய நாளுக்கு மழைத் தந்திகளின் மெல்லிசை
வண்ணம் பூசப்பட்டிருந்தது
உன் கைகளை விட நீளம் அந்தச் சொல்
நீளத்தினால் நேற்றுடன் இன்றினைத் தைக்கமுடிந்தது
திடமுமன்று திரவமுமன்று காற்றின் விரல்
ஒரு கடலை உருவாக்கி அதன் நடுவே
சமைந்த பாறையில் அமர்ந்திருக்கிறேன்
ஆழியில் தொன்மமாக்குவேன் அந்தச் சொல்லை

56. கனவு

உறக்கத்திலிருந்து வெளியேறும் வாசல்
மிகக் குறுகியது
மீண்டும் இன்னோர் உறக்கம் தோன்றும் வரை
நீ தோன்றிய கனவு சிறுபுள்ளியாகி
விண்மீதேகும்
உன் முக உருவம் நினைவிடுக்கில் நறுமணமாய்க் கசியும்
கனவின் பொருள்
பகலின் ஒளிச்சுழலில் மறைந்தழியும்
உன் முகம்
மலரெனத் திடுமெனத் தோன்றும்
பறிக்க வழியில்லா அந்தரத்தில்
பின்சென்று அணைக்கவியலாது
உறக்கத்தின் வாசல் வழியே கனவு
என் விழிப்பின் முன்னால்
அறைந்து சாத்தப்படும் கனவின்
வழியே தோன்றிய உன் பிறிதொரு முகம்
நழுவி வழுக்கிப் போகிறது
பகலின் ஒளியாய் வீசும் உன் முக நறுமணம்

57. முகத்தின் முகம்

முகத்தில் முகம் பொருத்தி வாழ்கிறோம்
வீடில்லை வெளியில்லை
பொழுதும் வெளியும் நீளும்
கண்களின் கருந்துளையின்
வளைவினில் வீழ்ந்தோம்
இருளில்லை ஒளியில்லை
நினைவின் நீட்சியின் வட்டத்தின்
மையத்தில் அசைந்தோம்
முகம் அழிந்து முகம் பெற்றேன்
முகமே முழுதுமாய் மிதந்தோம்
உன் முகம் என் முகம் நம் முகம்
எல்லாமும் வரைந்த கோலத்தில்
பிழையற்ற ஒரு முகத்தில்
ஒரு முகம் பொருத்தி வாழ்கிறேன்
கனிந்த முகமே உயிரின் வில்லை
எதிரில் விரிவெளியில்
உன் முகம் நம் முகமாகி மிதக்க
கண்ணின் கருந்துளையில் புள்ளியாகி ஒடுங்க
விரிகிறோம் விரிகிறோம் கோளமாக

58. ஒரே ஒரு பார்வை

ஒரே ஒரு பார்வை
கையளித்த பார்வையை
பூட்டு அணிந்த பெட்டியில்
காத்துவைத்தேன்
என் சேலையில் நூலாக்கி மறைத்தேன்
இரு விழிகளை மூடி மூடி
சிறு துளி ஒளியாக்கி மூடினேன்
வெள்ளி நிற நாற்சக்கர வாகனத்தின்
மெருகென அது என் முன்னே
நகர்ந்து செல்கையில்
இதயத்தின் துடிப்பு அடங்கித் தொடரும்
மெய்பொத்தி வைக்க
ஒரு மொட்டென ஒரு நற்காலையில்
வாசலில் வெடிக்கும்
பறித்து முலைகளில் சூடுவேன்
யார் யாரோ கடந்து செல்ல
பார்வையின் கனலில் என் மார்பு விம்மும்
அவ்வப்பொழுது பார்வை இடம்பெயரும்
என் பார்வையில் இடிவானம்
உன் பார்வையில் மென்சோக நிறம்
இரவின் சுவர்களில் பூசி மெழுகிய நிறம்
அதிகாலையில் உறக்கமற்ற விழிகளாய்
மெத்தையில் வாடிக்கிடக்கும்
இன்று உன் பார்வையைச் சமைத்தெடுத்து
ஒவ்வொரு கவளமாய் உள்ளங்கை மூடி
உருட்டி உண்பேன்

59. நிலையாமையின் வழியே

நிலையாமையின் வானகம்
இந்தப்பூவுலகு
காலம் பிறழா வெளியில்
ஊர்ந்து வந்து
உன் மார்பில் சரிகிறேன்
அதுவே இருள் நெருங்கா பாலைவனச்சோலை
வீழ்ந்த நிலவு பெருக்கும் ஒளிவிளக்கால்
திளைப்பில் நீந்தும்
ஒற்றை மீன்
நிகழ்தகவு அன்று
உனைச் சேர்ந்து அடங்கியது
கணம் தவறாமல் ஆழ்காலவெளியின்
ஒற்றைப் பாலத்தின் வழியே
உன் பார்வையின் நூல் பிடித்த நடை
உறைந்த வெளி மனத்தில்
உனக்கான கிளைகள் வெடிப்புடன் விரிகின்றன
பறந்தமர்ந்து விரிகிளை கண்டு
காலத்தினூடே காட்சியென
எனக்காகிறாய்
பெருமழை வீழ்கையில்
அறியமுடியா புதிரென
அசைவற்று ஆகிறாய்
தோலுரித்து தோலுரித்து ஒரு ரகசியம் அறிய
ஒளி மழையுடன் மயங்கிய ரசவாத வேளையில்
ஒரு முத்தத்தை உன் நோக்கில் கண்டேன்

60. வெளிச்சம்

திரையற்ற வெளிச்சம்
அறை நிறைக்கும்
செவ்வகக் ககனத்தைக் கோளமாக்க
ஒவ்வொரு செல்லாய் உயிர்க்கும்
உன் மனவெளிச்சம் முக உருவாகும்
என் உடலுக்குள் குருதி பொங்கப் பொங்க
விழி வழி உயிர் துடிக்கும்
எத்தனை எத்தனை நூற்றாண்டுகள்
காடுகளைப் பழக்கினேன்
மலைகளைப் பழக்கினேன்
ஆறுகளை இயக்கினேன்
உடல் இயக்கும் புதிய நோக்கில்
மன உடல் அழித்தேன்
என் மீது புல் வளர்கிறது
சூரிய முகம் நோக்கிப் பறக்கிறேன்
நீ நீ வரும் திசை ஏதுவென
திரைகளை எல்லாம் அழிக்கிறேன்
சூரியனா வானமா யாக்கையா
எது வெளிச்ச ஊற்று
விடு விடு என்று விழைகிறது உடல்

குட்டி ரேவதி - பாளையங்கோட்டை அரசினர் சித்தமருத்துவக் கல்லூரியில் சித்த மருத்துவத் துறையில் மருத்துவப் பட்டம் வென்றிருக்கிறார்.

பூனையைப் போல அலையும் வெளிச்சம் (2000), முலைகள் (2002), தனிமையின் ஆயிரம் இறக்கைகள் (2003), உடலின் கதவு (2006), யானுமிட்ட தீ (2011), முத்தத்தின் அலகு (காதல் கவிதைகளின் தொகுப்பு, 2011), மாமத யானை (2012), இடிந்த கரை(2012), அகவன் மகள் (2013), காலவேக மதயானை (2016), அகமுகம் (2017), மூவாமருந்து (2019) திராவிட அரசி/பெண்ணுடலென்னும் தொன்மம்(2020) ஆகிய கவிதை நூல்களை எழுதியுள்ளார். "முள்ளிவாய்க்காலுக்குப் பின்", (ஈழத்திலிருந்து புலம்பெயர்ந்த கவிஞர்களின் ஈழ இனப்படுகொலை பற்றிய நினைவுக்கவிதைகள், 2011) என்ற தொகுப்பையும் வெளியிட்டிருக்கிறார். UK Southbank Centre நிறுவனம் தேர்ந்தெடுத்த சென்ற நூற்றாண்டின் சிறந்த ஐம்பது காதல் கவிதைகளில் இவரது 'முலைகள்' கவிதையும் ஒன்று.

'நிறைய அறைகள் உள்ள வீடு' (2013), விரல்கள் (2018), இயக்கம், நூறாயிரம் சொற்கள், மீமொழி ஆகிய சிறுகதை நூல்களை வெளியிட்டிருக்கிறார். 'காலத்தைச் செரிக்கும் வித்தை', (தமிழ்ப் பெண்ணிய விவாதங்களை முன்வைக்கும் கட்டுரைகள், 2010), 'நிழல் வலைக்கண்ணிகள்', சாதியையும் பாலியலையும் ஆராயும்

பெண்ணியக் கட்டுரைகள், 2011), ‘ஆண் குறி மையப் புனைவைச் சிதைத்த பிரதிகள்’, (தமிழ் நவீனப்பெண் கவிஞர்களின் கவிதைகள் குறித்த மீளாய்வுக் கட்டுரைகள், 2011) ஆகிய கட்டுரை நூல்களை எழுதியிருக்கிறார். ‘அழியாச் சொல்’ (2020) நாவலை வெளியிட்டுள்ளார்.

கல்லுடைக்கும் தொழிலாளர்களின் உரிமைகளைப் பேசும் ‘கல் மனிதர்கள்’ என்ற முழுநீள ஆவணப்படத்தை இயக்கியிருக்கிறார். ஆஸ்கர் விருது வென்ற இசையமைப்பாளர் ஏ.ஆர்.ரஹ்மான் அவர்களின் ‘இரசாயன ரோஜாக்கள்’ இசை ஆல்பத்தில் பாடல்கள் எழுதியிருக்கிறார். மரியான், அருவி எனத் தொடர்ந்து, திரைப்படங்களுக்குப் பாடல்கள் எழுதிவருகிறார். ‘சிறகு’ (2019) என்ற முழுநீளத் திரைப்படத்தை First Copy Productions மாலா மணியன் தயாரிப்பில், இயக்கியிருக்கிறார்.

பெண்ணியம், சாதிய மறுப்பு, மனித உடல் கருத்தாக்கங்கள், பௌத்தம், திரைவெளி ஆகியவை இவரது மையச் செயல்பாட்டு வெளிகளாகும்.